Impressum
Verlag: BABADADA GmbH, Nedderfeld 112 , 22529 Hamburg
Geschäftsführer / Verlagsleitung: Harald Hof
Druck: Books on Demand GmbH, In de Tarpen 42, 22848 Norderstedt

Imprint
Publisher: BABADADA GmbH, Nedderfeld 112 , 22529 Hamburg, Germany
Managing Director / Publishing direction: Harald Hof
Print: Books on Demand GmbH, In de Tarpen 42, 22848 Norderstedt, Germany

училище

trường học

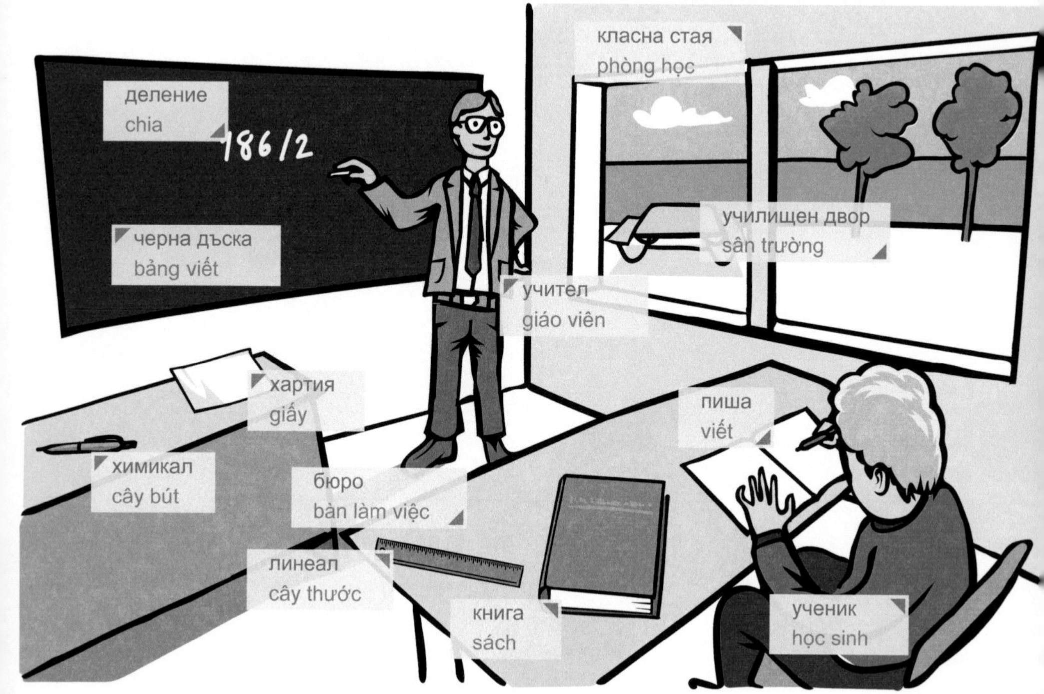
класна стая
phòng học
деление
chia
186/2
черна дъска
bảng viết
училищен двор
sân trường
учител
giáo viên
хартия
giấy
пиша
viết
химикал
cây bút
бюро
bàn làm việc
линеал
cây thước
книга
sách
ученик
học sinh

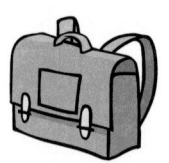

ученическа раница

cặp đeo vai học sinh

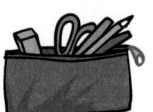

ученически несесер

hộp đựng bút

молив

bút chì

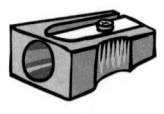

острилка за моливи

cái gọt bút chì

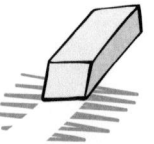

гума

cục tẩy

блок за рисуване

tập giấy vẽ

рисунка

bản vẽ

четка

cọ vẽ

акварелни бои

hộp mực vẽ

ножица

cây kéo

лепило

keo dán

тетрадка за упражнения

sách bài tập

домашна работа

bài tập ở nhà

число

số

събиране

cộng

изваждане

trừ

умножение

nhân

смятане

tính toán

буква

chữ cái

азбука

bảng chữ cái

дума

từ

текст

ван bản

чета

đọc

тебешир

phấn viết

час

bài học

дневник на класа

sổ lớp

изпит

thi kiểm tra

свидетелство

chứng chỉ

ученическа униформа

đồng phục học sinh

образование

giáo dục

справочник

từ điển bách khoa

университет

đại học

микроскоп

kính hiển vi

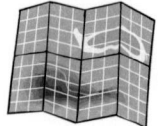

карта

bản đồ

кошче за хартиени
отпадъци

thùng rác giấy

пътуване
du lịch

хотел
khách sạn
Grand
хостел
nhà trọ
ROOMS
обменно бюро
quầy đổi tiền
EXCHANGE
куфар
va li
кола
xe ô tô

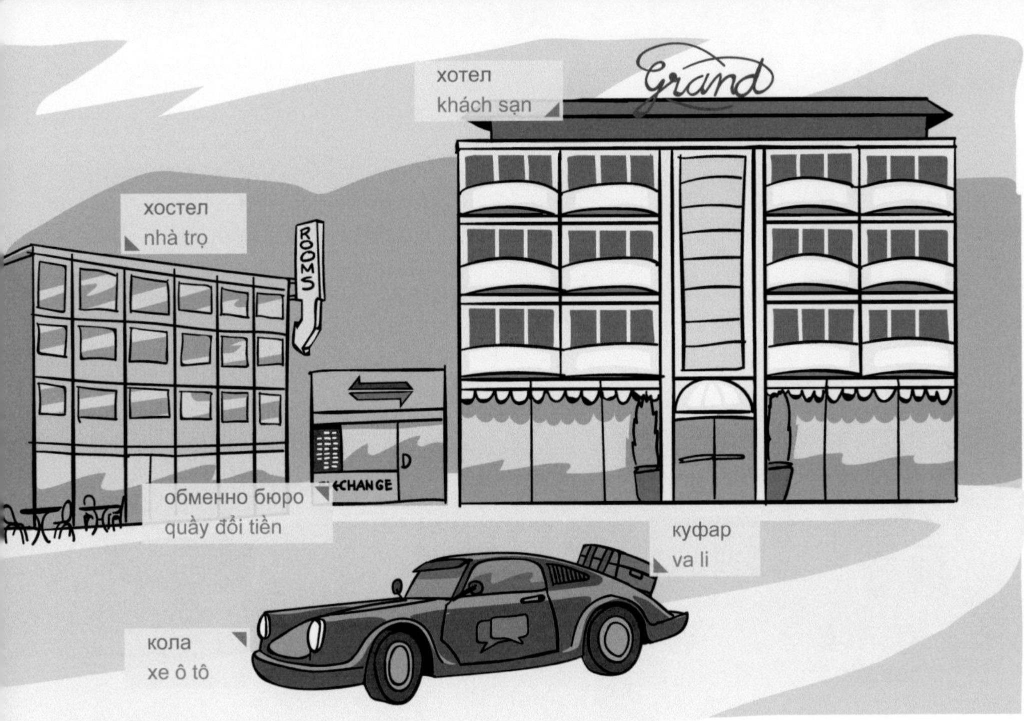

език
ngôn ngữ

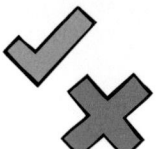

да / не
có / không

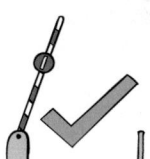

Окей
ô kê

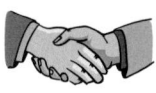

здравей
Xin chào

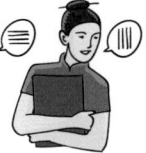

преводач
thông dịch viên

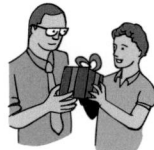

Благодаря
cám ơn

Колко струва…?

… bao nhiêu tiều?

Не разбирам

tôi không hiểu

проблем

vấn đề

Добър вечер!

Xin chào! (buổi tối)

Добро утро!

xin chào! (buổi sáng)

Лека нощ!

chúc ngủ ngon!

довиждане

tạm biệt

посока

hướng đi

багаж

hành lý

пътна чанта

túi xách

раница

túi ba lô

посетител

khách

стая

phòng

спален чувал

túi ngủ

палатка

lều

туристическа информация

thông tin du lịch

плаж

bãi biển

кредитна карта

thẻ tín dụng

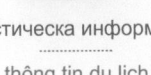

закуска

ăn sáng

обед

ăn trưa

вечеря

ăn tối

билет

vé xe

асансьор

thang máy

пощенска марка

tem bưu điện

граница

biên giới

митница

hải quan

посолство

đại sứ quán

виза

thị thực

паспорт

hộ chiếu

транспорт
vận chuyển

кораб
tàu thủy

самолет
máy bay

пожарна кола
xe cứu hỏa

автобус
xe buýt

товарен автомобил
xe tải

моторна лодка
xuồng máy

велосипед
xe đạp

кола
xe ô tô

ферибот

phà

лодка

xuồng

мотоциклет

xe máy

полицейска кола

xe cảnh sát

състезателна кола

xe đua

кола под наем

xe cho thuê

каршеринг

dịch vụ thuê xe tự lái

автомобил от "Пътна
помощ"

xe kéo cứu hộ

сметовоз

xe rác

двигател

động cơ

бензин

xăng

бензиностанция

trạm xăng

пътен знак

biển báo giao thông

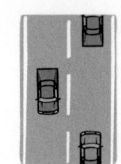

улично движение

giao thông

задръстване

ách tắc giao thông

паркинг

bãi đậu xe

гара

nhà ga

релси

đường ray

влак

xe lửa

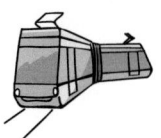

трамвай

tàu điện

вагон

toa xe

хеликоптер

máy bay trực thăng

аерогара

sân bay

кула

tháp

пасажер

hành khách

контейнер

côngtenơ

кашон

thùng các-tông

ръчна количка

xe đẩy

кошница

cái giỏ

излитам / приземявам се

cất cánh / hạ cánh

град

thành phố

село

làng

градски център

trung tâm thành phố

къща

nhà

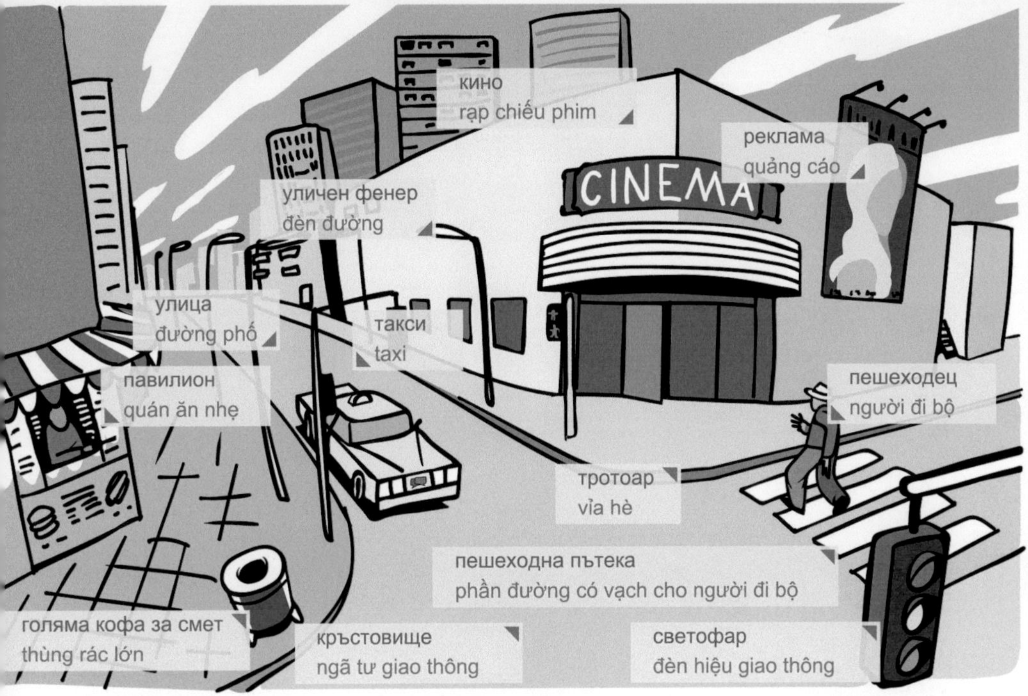

кино
rạp chiếu phim

реклама
quảng cáo

уличен фенер
đèn đường

улица
đường phố

такси
taxi

павилион
quán ăn nhẹ

пешеходец
người đi bộ

тротоар
vỉa hè

пешеходна пътека
phần đường có vạch cho người đi bộ

голяма кофа за смет
thùng rác lớn

кръстовище
ngã tư giao thông

светофар
đèn hiệu giao thông

хижа

nhà chòi

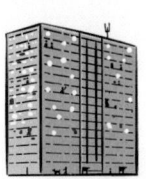

жилище

căn hộ

гара

nhà ga

кметство

tòa thị chính

музей

viện bảo tàng

училище

trường học

град - thành phố

университет

đại học

банка

ngân hàng

болница

bệnh viện

хотел

khách sạn

аптека

hiệu thuốc

офис

văn phòng

книжарница

hiệu sách

магазин за цветя

cửa hiệu

магазин за цветя

cửa hiệu bán hoa

супермаркет

siêu thị

пазар

chợ

универсален магазин

cửa hàng bách hóa

търговец на риба

người bán cá

търговски център

trung tâm mua bán

пристанище

bến cảng

парк

công viên

пейка

ghế băng

мост

cầu

стълба

cầu thang

метро

tàu điện ngầm

тунел

đường hầm

автобусна спирка

trạm xe buýt

бар

quán bar

ресторант

khách sạn

пощенска кутия

hòm thư công cộng

улична табелка

bảng hiệu đường

часовник за паркинг престой

đồng hồ đậu xe

зоологическа градина

vườn bách thú

плувен басейн

bể bơi

джамия

nhà thờ Hồi giáo

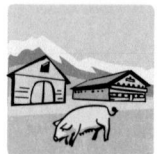

селски двор

nông trại

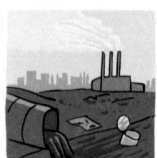

замърсяване на околната среда

ô nhiễm môi trường

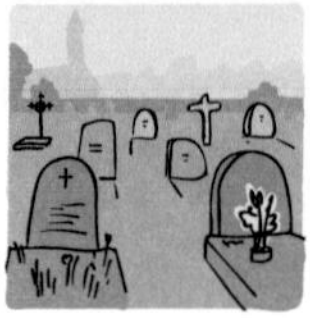

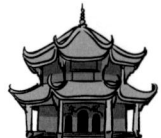

гробище

nghĩa trang

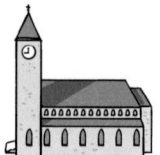

църква

nhà thờ

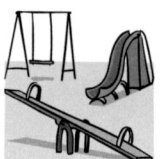

детска площадка

sân chơi

храм

ngôi đền

пейзаж

phong cảnh

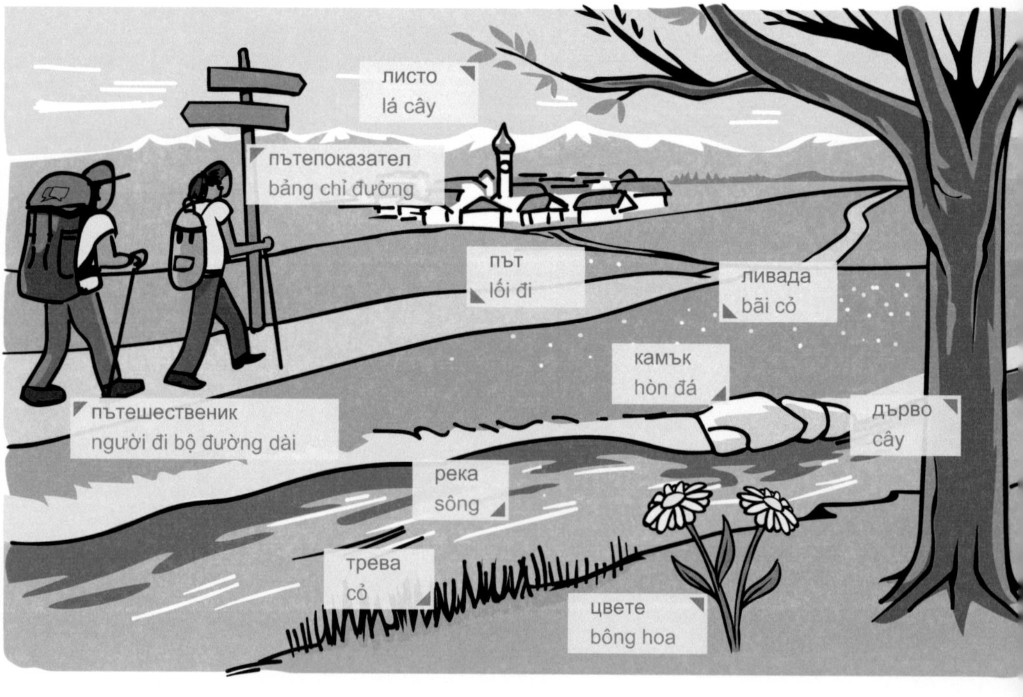
листо
lá cây
пътепоказател
bảng chỉ đường
път
lối đi
ливада
bãi cỏ
камък
hòn đá
пътешественик
người đi bộ đường dài
дърво
cây
река
sông
трева
cỏ
цвете
bông hoa

долина

thung lũng

планина

đồi

море

hồ nước

гора

rừng

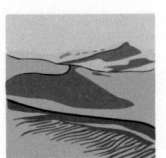

пустиня

sa mạc

вулкан

núi lửa

замък

lâu đài

дъга

cầu vồng

гъба

nấm

палма

cây cọ

комар

con muỗi

муха

con ruồi

мравка

con kiến

пчела

con ong

паяк

con nhện

бръмбар

bọ cánh cứng

жаба

con ếch

катеричка

con sóc

таралеж

con nhím

заек

con thỏ

кукумявка

con cú

птица

con chim

лебед

thiên nga

диво прасе

heo rừng

елен

con hươu

лос

nai sừng tấm

бент

đê

вятърна турбина

tuabin gió

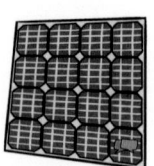

соларен модул

tấm năng lượng mặt trời

климат

khí hậu

ресторант
khách sạn

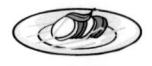

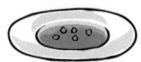

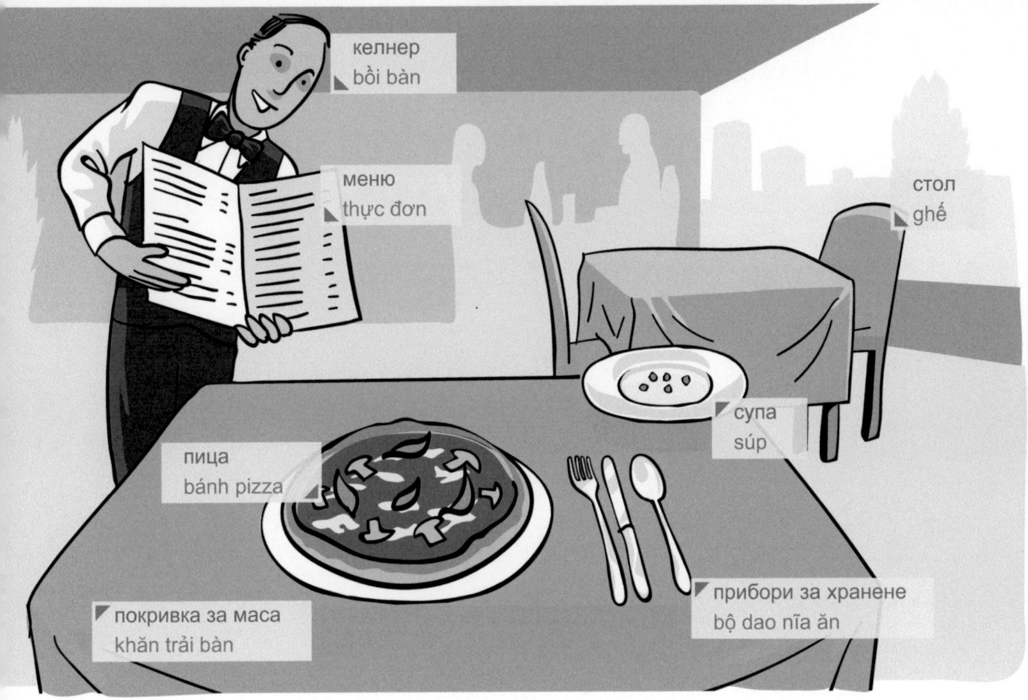

келнер
bồi bàn
меню
thực đơn
стол
ghế
супа
súp
пица
bánh pizza
прибори за хранене
bộ dao nĩa ăn
покривка за маса
khăn trải bàn

предястие

món ăn khai vị

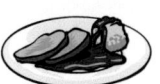

основно ястие

món ăn chính

десерт

món tráng miệng

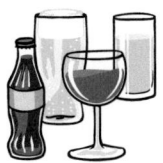

напитки

thức uống

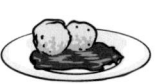

ядене

thức ăn

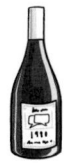

бутилка

cái chai

бързо хранене

thức ăn nhanh

улична храна

thức ăn đường phố

кана за чай

ấm trà

кутия за захар

hộp đường

порция

khẩu phần

еспресо машина

máy pha espresso

висок детски стол

ghế cao

сметка

hóa đơn

табла

khay

ножица за нокти

dao

вилица

nĩa

лъжица

thìa

чаена лъжичка

thìa uống trà

салфетка

khăn ăn

стъклена чаша

cốc thủy tinh

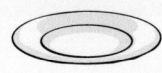

чиния

đĩa

чиния за супа

đĩa súp

чинийка

đĩa lót cốc

сос

nước sốt

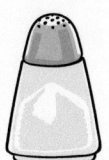

солница

lọ muối

мелничка за черен пипер

cái xay tiêu

оцет

giấm

олио

dầu

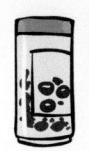

подправки

gia vị

кетчуп

nước xốt cà chua

горчица

tương hạt cải

майонеза

nước sốt mayonnaise

супермаркет

siêu thị

оферта
chào giá đặc biệt
FOR
клиент
khách hàng
млечни продукти
sản phẩm từ sữa
плодове
trái cây
количка за покупки
xe đẩy mua sắm

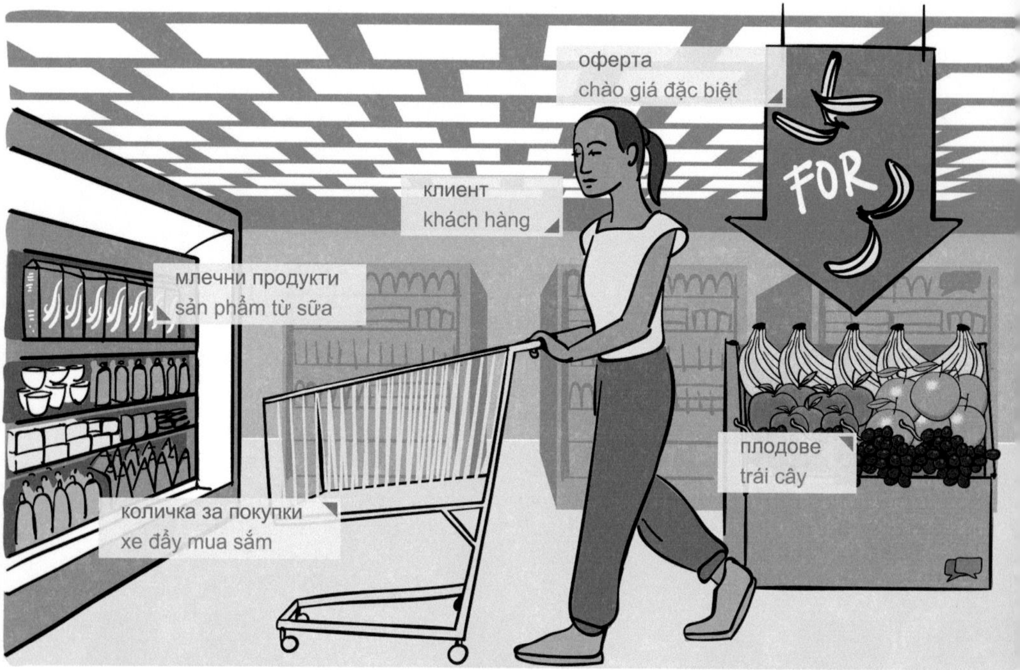

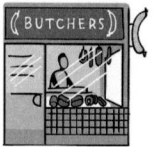

BUTCHERS

кланица

lò mổ

BAKERY

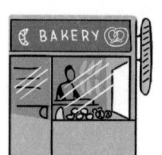

хлебарница

cửa hiệu bán bánh mì

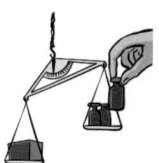

тегля

cân nặng

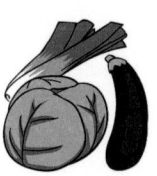

зеленчуци

rau quả

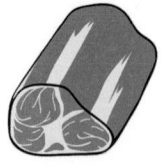

месо

thịt

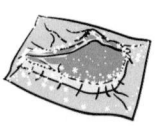

дълбоко замразена храна

thức ăn đông lạnh

нарязан колбас или сирене
lát thịt nguội

консерви
đồ hộp

перилен препарат
bột giặt

лакомства
đồ ngọt

домакински изделия
sản phẩm dùng trong gia đình

почистващи препарати
chất tẩy rửa

продавачка
người bán hàng

каса
quầy trả tiền

касиер
nhân viên thu ngân

списък на покупките
danh sách mua sắm

работно време
giờ mở cửa

портфейл
ví tiền

кредитна карта
thẻ tín dụng

чанта
túi đeo

пластмасова торба
túi ny lông

вода

nước

сок

nước quả ép

мляко

sữa

кола

coca-cola

вино

rượu vang

бира

bia

алкохол

cồn

какао

cacao

чай

trà

кафе машина

cà phê

еспресо

espresso

капучино

cappuccino

банан

chuối

ябълка

quả táo

портокал

quả cam

пъпеш

dưa hấu

лимон

chanh

морков

cà rốt

чесън

tỏi

бамбук

tre

лук

củ hành

гъба

nấm

ядки

hạt dẻ

макарони

mì

спагети
mì spaghetti

ориз
cơm

салата
xà lách

пържени картофи
khoai tây chiên

печени картофи
khoai tây chiên

пица
bánh pizza

хамбургер
bánh hamburger

сандвич
bánh mì sandwich

шницел
thịt côtlet

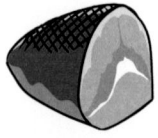

шунка
thịt giăm bông

траен колбас
xúc xích

салам
dồi

пиле
gà

печено
rán

риба
cá

овесени ядки

cháo yến mạch

мюсли

cháo muesli

корнфлейкс

bánh bột ngô nướng

брашно

bột mì

кроасан

bánh sừng bò

хлебчета

bánh mì

хляб

bánh mì

препечена филийка

bánh mì nướng

бисквити

bánh bích quy

масло

bơ

извара

sữa đông

сладкиш

bánh ngọt

яйце

trứng

яйца на очи

trứng rán

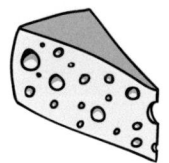

сирене

pho mát

ядене - thức ăn

сладолед

kem

захар

đường

мед

mật ong

мармалад

mứt

нуга крем

kem nougat

къри

cà ri

селски двор

nông trại

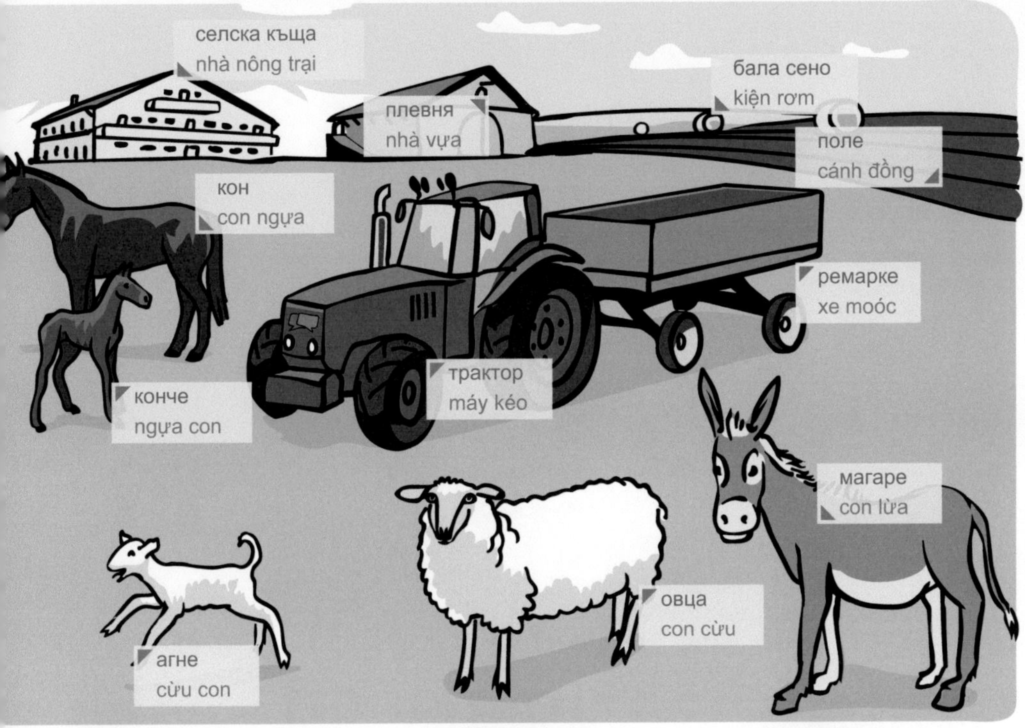

селска къща
nhà nông trại
плевня
nhà vựa
бала сено
kiện rơm
поле
cánh đồng
кон
con ngựa
ремарке
xe moóc
трактор
máy kéo
конче
ngựa con
магаре
con lừa
овца
con cừu
агне
cừu con

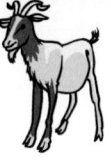

коза

con dê

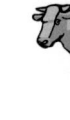

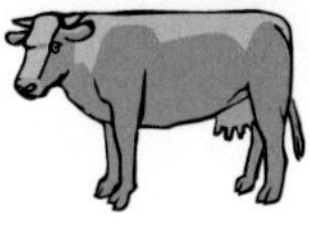

крава

con bò

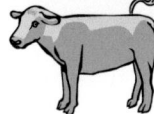

теле

con bê

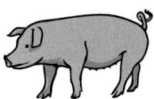

свиня

con lợn

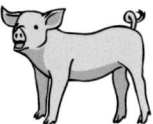

прасенце

lợn con

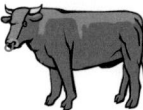

бик

bò đực

гъска

con ngỗng

патица

con vịt

пиленце

gà con

кокошка

gà mái

петел

gà trống

плъх

con chuột

котка

mèo

мишка

chuột nhắt

вол

bò đực

куче

con chó

кучешка колиба

nhà chuồng chó

градински маркуч

ống tưới vườn cây

лейка

thùng tưới cây

коса

lưỡi hái

плуг

cái cày

сърп

cái liềm

мотика

cái cuốc

вила за тор

cái chĩa

брадва

cái rìu

ръчна количка

xe cút kít

корито

máng ăn

съд за мляко

lọ sữa

чувал

bao tải

ограда

hàng rào

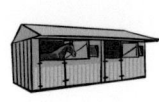

обор

chuồng

парник

nhà kính trồng cây

земя

đất trồng

сеитба

hạt giống

тор

phân bón

комбайн

máy gặt đập liên hợp

жъна

thu hoạch

реколта

mùa thu hoạch

ямс

khoai lang

жито

lúa mì

соя

đậu nành

картоф

khoai tây

царевица

ngô

рапица

hạt cải dầu

овощно дърво

cây ăn trái

маниока

sắn

зърнени храни

ngũ cốc

селски двор - nông trại

къща

nhà

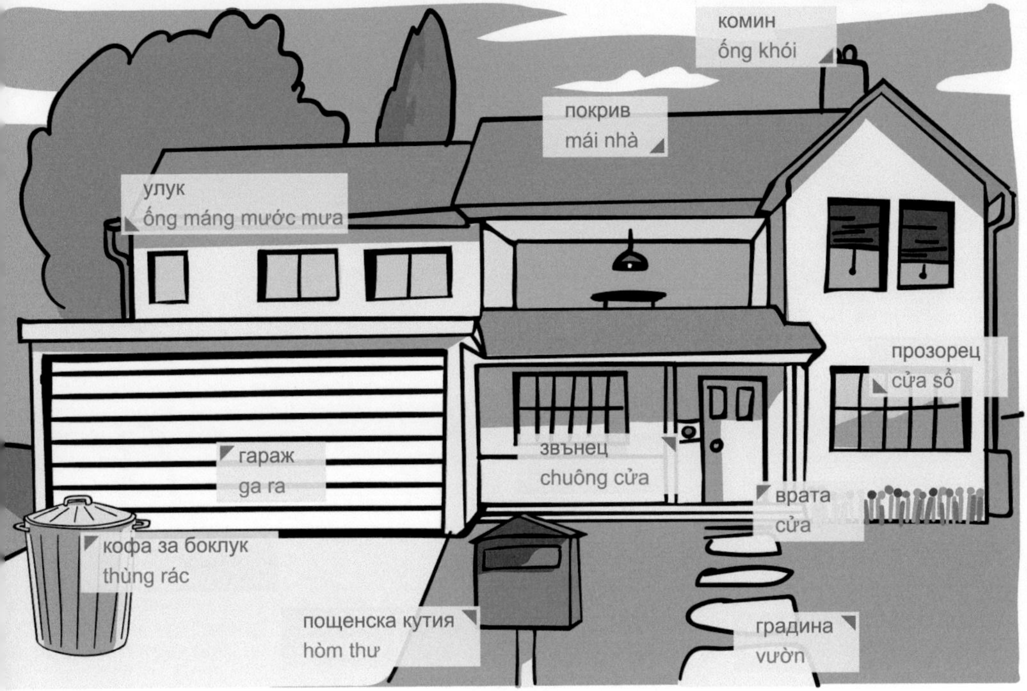

комин
ống khói
покрив
mái nhà
улук
ống máng mước mưa
прозорец
cửa sổ
гараж
ga ra
звънец
chuông cửa
врата
cửa
кофа за боклук
thùng rác
пощенска кутия
hòm thư
градина
vườn

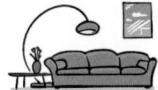

всекидневна

phòng khách

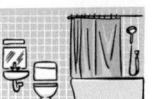

баня

phòng tắm

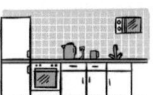

кухня

bếp

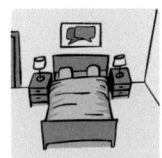

спалня

phòng ngủ

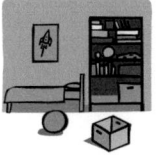

детска стая

phòng trẻ em

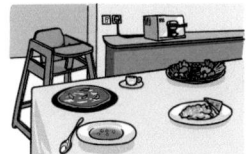

трапезария

phòng ăn

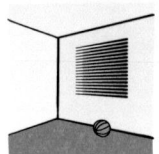

под

nền nhà

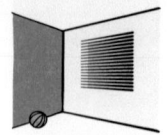

стена

tường

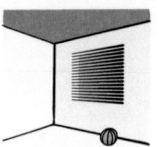

таван

trần nhà

изба

tầng hầm

сауна

tắm hơi

балкон

ban công

тераса

sân hiên

плувен басейн

bể bơi

косачка

máy cắt cỏ

спално бельо

khăn trải giường

покривка за легло

khăn trải giường

легло

giường

метла

chổi

кофа

cái xô

електрически ключ

công tắc điện

всекидневна

phòng khách

тапет
giấy dán tường
картина
hình ảnh
лампа
đèn
рафт
cái kệ
шкаф
tủ
телевизор
ti vi
камина
lò sưởi
цвете
bông hoa
възглавница
gối
канапе
ghế sofa
ваза
bình hoa
дистанционно управление
điều khiển từ xa

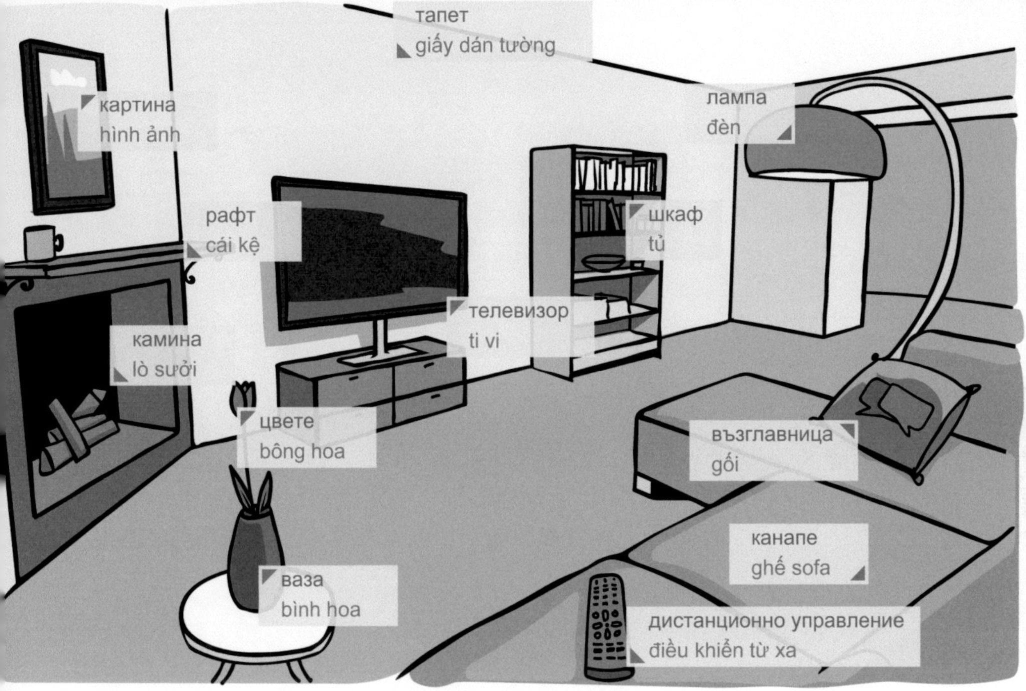

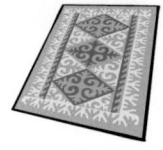

килим

thảm

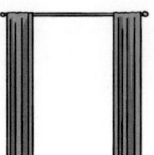

завеса

rèm

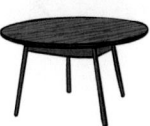

маса

cái bàn

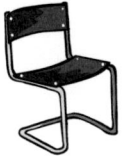

стол

ghế

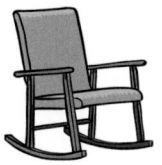

люлеещ се стол

ghế bập bênh

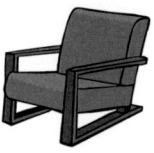

кресло

ghế bành

книга

sách

одеяло

cái chăn

декорация

đồ trang trí

дърва за отопление

củi

филм

phim

стерео уредба

máy hi-fi

ключ

chìa khóa

вестник

báo

живопис

bức tranh

постер

áp phích

радио

radio

бележник

sổ ghi chép

прахосмукачка

máy hút bụi

кактус

cây xương rồng

свещ

cây nến

кухня
bếp

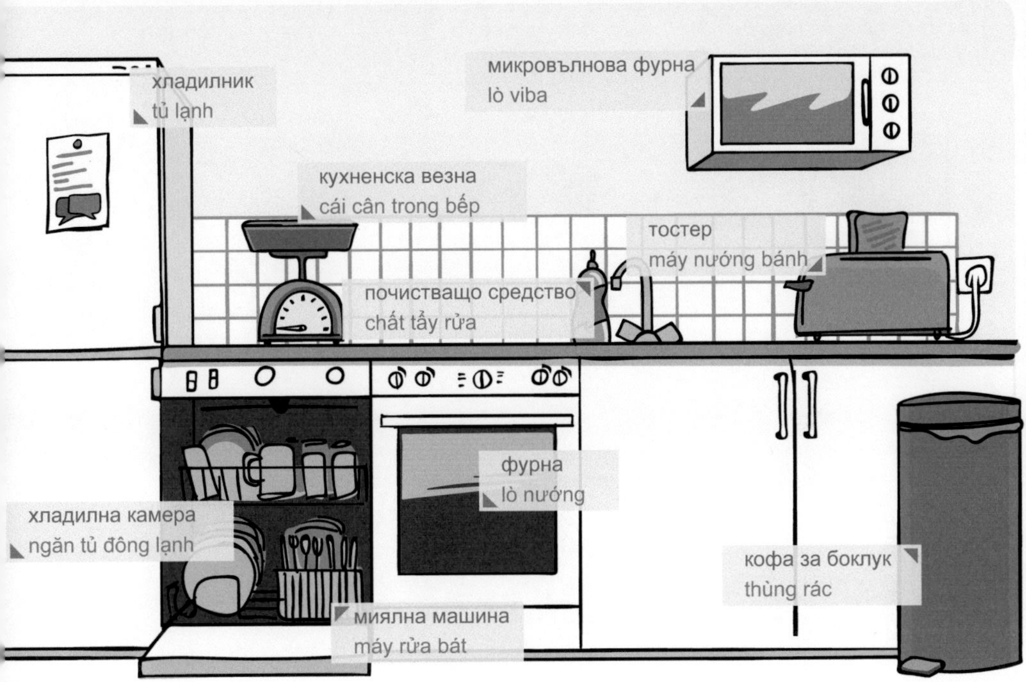

хладилник
tủ lạnh
микровълнова фурна
lò viba
кухненска везна
cái cân trong bếp
тостер
máy nướng bánh
почистващо средство
chất tẩy rửa
фурна
lò nướng
хладилна камера
ngăn tủ đông lạnh
кофа за боклук
thùng rác
миялна машина
máy rửa bát

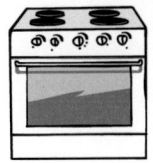

готварска печка

lò nấu

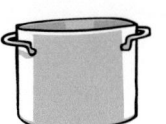

тенджера

nồi

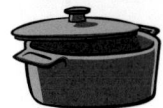

желязна тенджера

nồi sắt

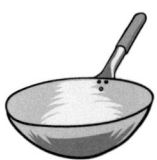

уок / кадаи

chảo

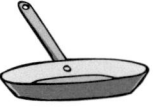

тиган

chảo

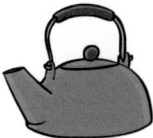

кана за затопляне на вода

ấm đun nước

уред за готвене на пара

nồi đun hơi

тава за печене

khay lò nướng

съдове

bát đĩa

чаша

cốc

купа

cái bát

клечки за хранене

đũa

черпак

cái vá

лопатка за тиган

bàn xẻng

тел за разбиване (на яйца, белтъци)

que đánh kem

кошница за варене

rây dùng trong bếp

гевгир

cái rây lọc

ренде

cái nạo

хаван

vữa

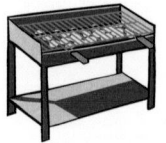

барбекю

vỉ nướng

огнище

ngọn lửa trần

дъска

cái thớt

точилка

trục cán bột

тирбушон

cái mở nút chai

кутия

vỏ đồ hộp

отварачка за консерви

cái mở vỏ đồ hộp

кухненска ръкохватка

miếng nhắc nồi

мивка

bồn rửa bát

четка

bàn chải

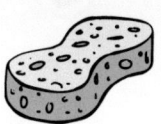

гъба

miếng xốp

миксер

máy xay

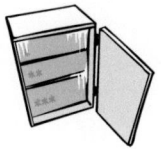

фризер

tủ đông lạnh

бебешко шише

bình sữa cho trẻ sơ sinh

воден кран

vòi nước

баня
phòng tắm

отопление
lò sưởi
хавлиена кърпа
khăn lau
душ
vòi hoa sen
завеса за баня
rèm che ngăn tắm
шампоан за вана
tắm bọt
вана
bồn tắm
стъклена чаша
cốc thủy tinh
перална машина
máy giặt
воден кран
vòi nước
плочки
gạch lát
гърне
cái bô
мивка
bồn rửa bát

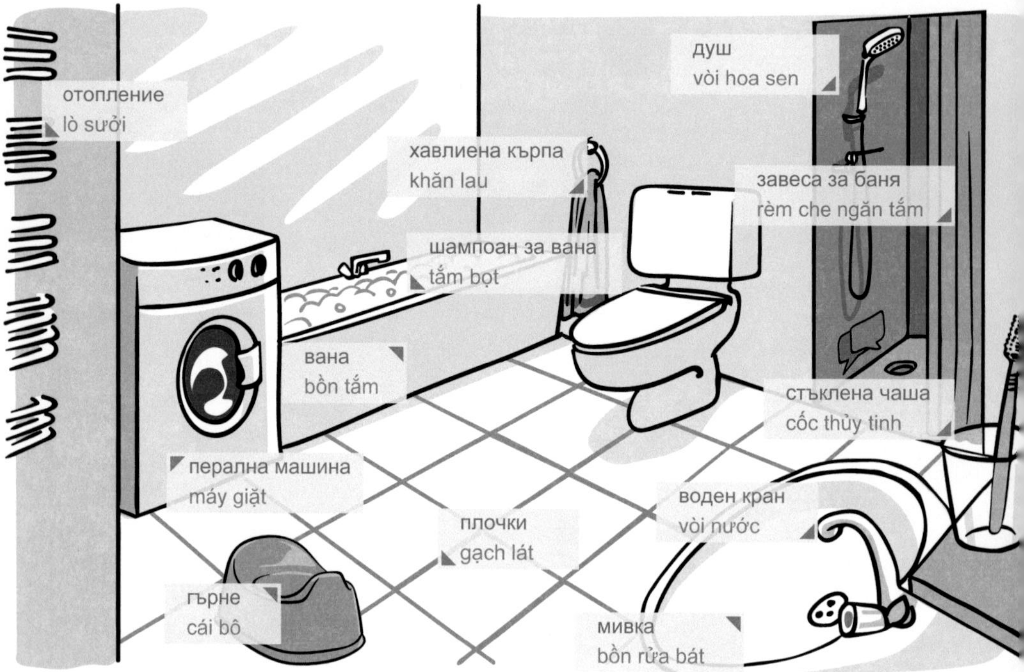

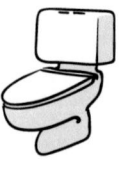

тоалетна
bồn cầu

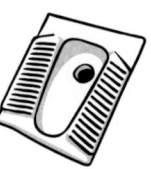

клекало
bồn cầu ngồi xổm

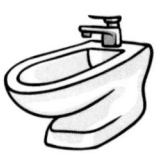

биде
bồn rửa hậu môn

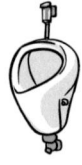

писоар
bồn tiểu tiện

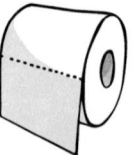

тоалетна хартия
giấy vệ sinh

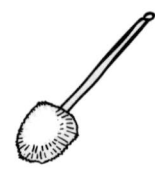

четка за тоалетна
bàn chải cọ bồn cầu

четка за зъби

bàn chải đánh răng

паста за зъби

kem đánh răng

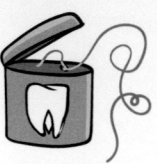

конец за зъби

chỉ nha khoa

мия

rửa

ръчен душ

vòi sen cầm tay

интимен душ

vòi rửa hậu môn

леген

bồn rửa

четка за гръб

bàn chải cọ lưng

сапун

xà phòng

душ гел

sữa tắm

шампоан за вана

dầu gội

гъба за баня

khăn cọ để tắm

сифон

lỗ thoát nước

крем

kem

дезодорант

chất khử mùi

огледало

гương

козметично огледало

гương tay

ръчна самобръсначка

dao cạo râu

пяна за бръснене

kem cạo râu

одеколон за след бръснене

nước thơm dùng sau khi cạo râu

гребен

cái lược

четка

bàn chải

сешоар

máy xấy tóc

спрей за коса

keo xịt tóc

грим

đồ trang điểm

червило

thỏi son môi

лак за нокти

sơn bôi móng

памук

bông

ножица за нокти

kéo cắt móng

парфюм

nước hoa

тоалетна чантичка

túi đựng đồ tắm

табуретка

ghế đẩu

везна

cái cân

хавлия

áo choàng tắm

домакински ръкавици

găng tay làm vệ sinh

тампон

nút gạc

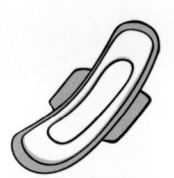

дамски превръзки

băng vệ sinh

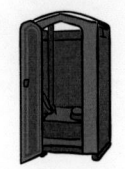

химическа тоалетна

nhà vệ sinh hóa chất

детска стая
phòng trẻ em

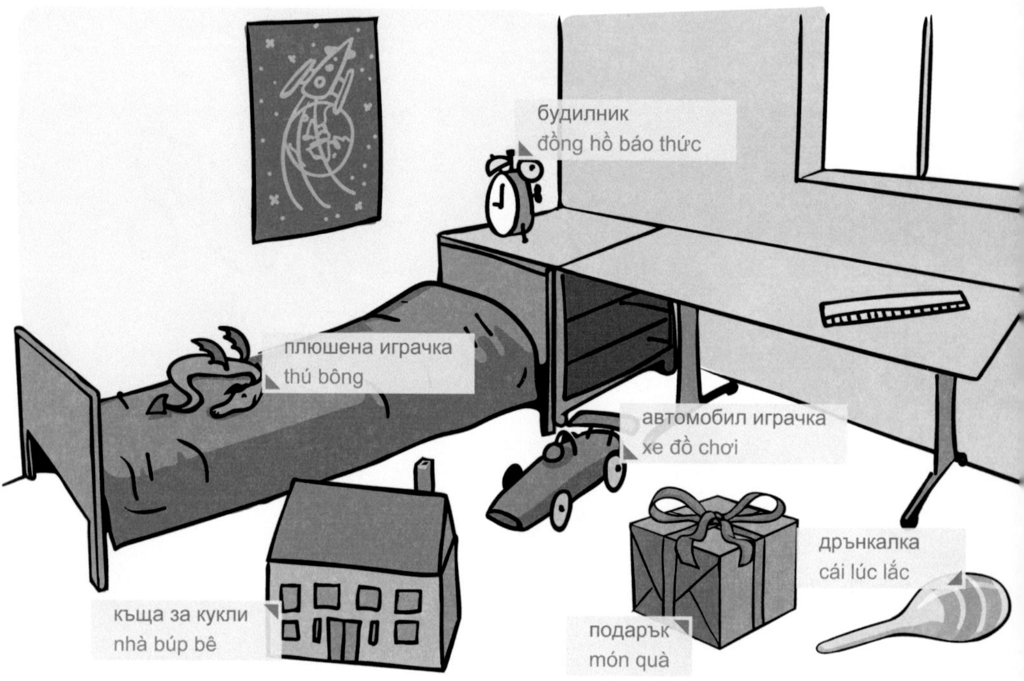
будилник
đồng hồ báo thức
плюшена играчка
thú bông
автомобил играчка
xe đồ chơi
дрънкалка
cái lúc lắc
къща за кукли
nhà búp bê
подарък
món quà

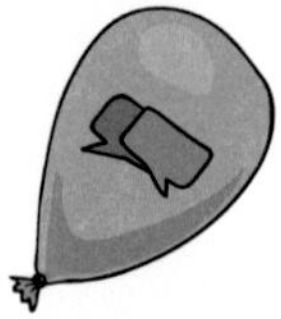

балон

bong bóng

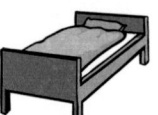

легло

giường

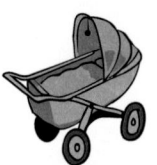

детска количка

xe nôi

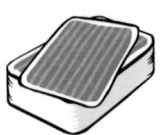

игра на карти

trò chơi bài

пъзел

trò chơi ghép hình

SUPER
MEGA

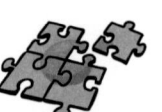

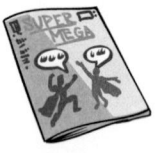

комикс

truyện tranh

лего елементи

gạch Lego

строителни елементи

khối xếp hình

екшън фигурка

nhân vật hành động

бебешки гащеризон

o liền quần cho trẻ sơ sinh

фрисби

đĩa nhựa để ném

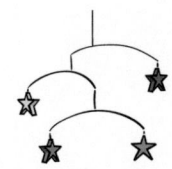

бебешки играчки за легло

đồ chơi treo trên giường

настолна игра

trò chơi cờ bàn

зарче

xúc xắc

миниатюрно влакче

đồ chơi xe lửa mô hình

биберон

ti giả

парти

buổi tiệc

детска книга с илюстрации

sách tranh

топка

quả bóng

кукла

búp bê

играя

chơi

пясъчник

hố cát

люлка

cái đu

играчка

đồ chơi

игрова конзола

máy chơi game cầm tay

велосипед с три колелета

xe ba bánh

плюшено мече

gấu bông

гардероб

tủ quần áo

облекло

y phục

къси чорапи

bít tất

дълги чорапи

bít tất dài

чорапогащник

quần tất

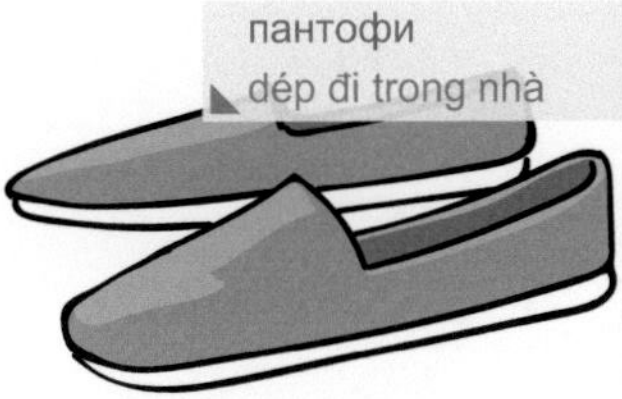

шал
khăn choàng cổ

чадър
ô che mưa

Т-шърт
áp phông

колан
dây thắt lưng

ботуши
ủng

пантофи
dép đi trong nhà

гуменки
giày sneaker

сандали

dép xăng đan

обувки

giày

гумени ботуши

ủng cao su

слип

quần lót

сутиен

áo ngực

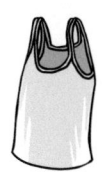

долна блуза

áo vest

боди

áo ôm sát cơ thể

панталон

quần dài

дънки

quần bò

пола

váy

блуза

áo cánh

риза

áo sơ mi

пуловер

áo len chui đầu

суичър

áo len

блейзър

áo blazer

яке

áo jacket

палто

áo khoác

дъждобран

áo mưa

костюм

trang phục

рокля

áo váy

булчинска рокля

áo cưới

костюм

bộ com lê

нощница

áo ngủ

пижама

pijama

сари

trang phục sari

кърпа за глава

khăn trùm đầu

тюрбан

khăn đội đầu

бурка

áo burka

кафтан

áo captan

абая

áo aba

бански костюм

quần áo bơi

плувни шорти

quần bơi

къс панталон

quần đùi

анцуг

quần áo tracksuit

престилка

tạp dề

ръкавици

găng tay

копче

cái cúc

очила

kính mắt

гривна

vòng đeo tay

верижка

vòng cổ

пръстен

nhẫn

обеца

hoa tai

каскет

mũ lưỡi trai

закачалка

cái mắc treo áo quần

шапка

mũ

вратовръзка

cà vạt

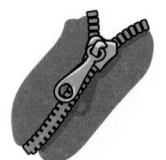

цип

dây kéo phéc mơ tuya

каска

mũ bảo hiểm

тиранти

dây đeo quần

ученическа униформа

đồng phục học sinh

униформа

đồng phục

лигавник

yếm trẻ em

биберон

ti giả

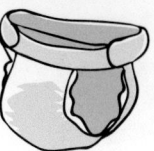

пелена

tã lót

офис
văn phòng

сървър
máy chủ

шкаф за документи
tủ hồ sơ

принтер
máy in

хартия
giấy

монитор
màn hình

бюро
bàn làm việc

мишка
chuột máy tính

папка
thư mục

клавиатура
bàn phím

кошче за хартиени отпадъци
thùng rác giấy

компютър
máy tính

стол
ghế

чаша за кафе

cốc cà phê

джобен калкулатор

máy tính bỏ túi

интернет

internet

лаптоп

laptop

писмо

thư

съобщение

tin nhắn

мобилен телефон

điện thoại di động

мрежа

mạng

ксерокс

máy photocopy

софтуер

phần mềm

телефон

điện thoại

контакт

ổ cắm điện

факс

máy fax

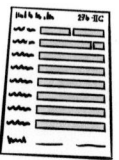

формуляр

mẫu đơn

документ

chứng từ

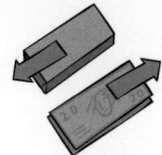

купувам
....
mua

плащам
....
trả tiền

търгувам
....
buôn bán

пари
....
tiền

долар
....
đô la

евро
....
Euro

йена
....
yên

рубла
....
rúp

швейцарски франк
....
franc Thụy Sĩ

ренминби юан
....
nhân dân tệ

рупия
....
rupi

банкомат
....
máy rút tiền tự động

обменно бюро

quầy đổi tiền

злато

vàng

сребро

bạc

нефт

dầu

енергия

năng lượng

цена

giá tiền

договор

hợp đồng

данък

thuế

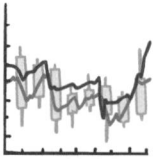

акция

cổ phiếu

работя

làm việc

служител

nhân viên

работодател

chủ lao động

фабрика

nhà máy

магазин за цветя

cửa hiệu

професии
nghề nghiệp

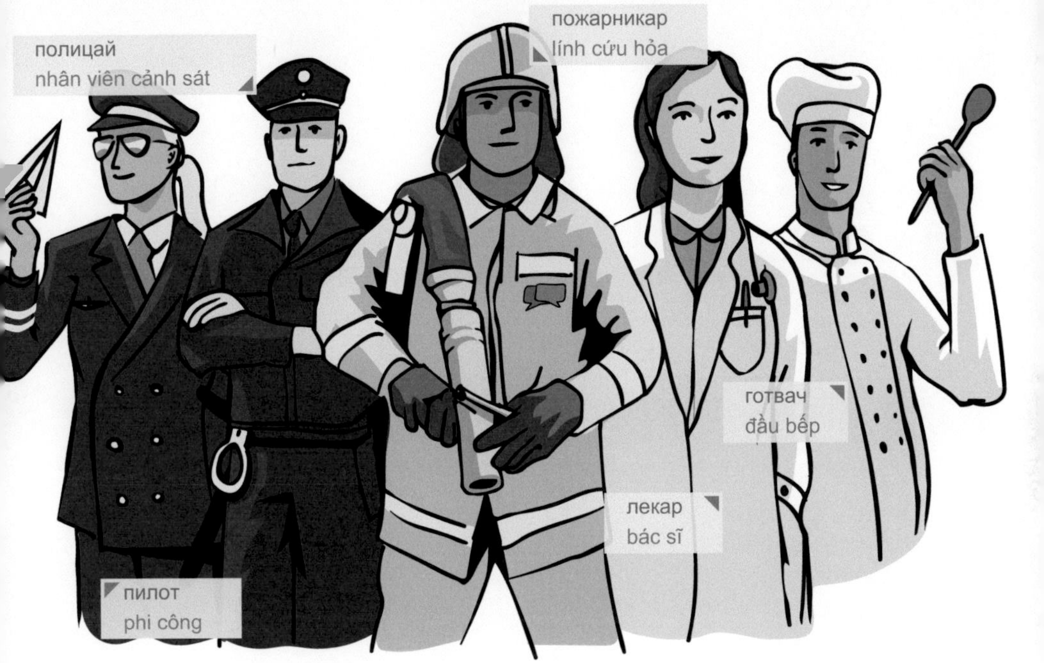
полицай
nhân viên cảnh sát
пожарникар
lính cứu hỏa
готвач
đầu bếp
лекар
bác sĩ
пилот
phi công

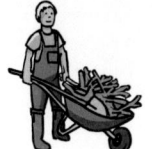

градинар

người làm vườn

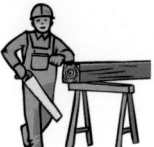

мебелист

thợ mộc

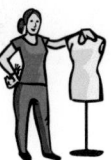

шивачка

thợ may

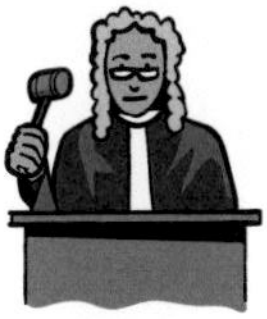

съдия

chánh án

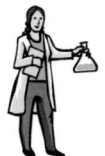

химик

nhà hóa học

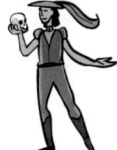

артист

diễn viên

шофьор на автобус

tài xế xe buýt

шофьор на такси

người lái taxi

рибар

ngư dân

чистачка

người lau dọn vệ sinh

майстор на покриви

thợ lợp mái nhà

келнер

bồi bàn

ловец

thợ săn

художник

họa sĩ

хлебар

thợ làm bánh

електротехник

thợ điện

строителен работник

thợ xây dựng

инженер

kỹ sư

касапин

người hàng thịt

тенекеджия

thợ sửa ống nước

пощальон

người đưa thư

войник

người lính

архитект

kiến trúc sư

касиер

nhân viên thu ngân

цветар

người bán hoa

фризьор

thợ cắt tóc

кондуктор

nhân viên soát vé

механик

thợ cơ khí

капитан

thuyền trưởng

зъболекар

nha sĩ

научен работник

nhà khoa học

равин

giáo sĩ Do thái

имàм

lãnh tụ Hồi giáo

монах

nhà sư

свещеник

mục sư

инструменти
dụng cụ

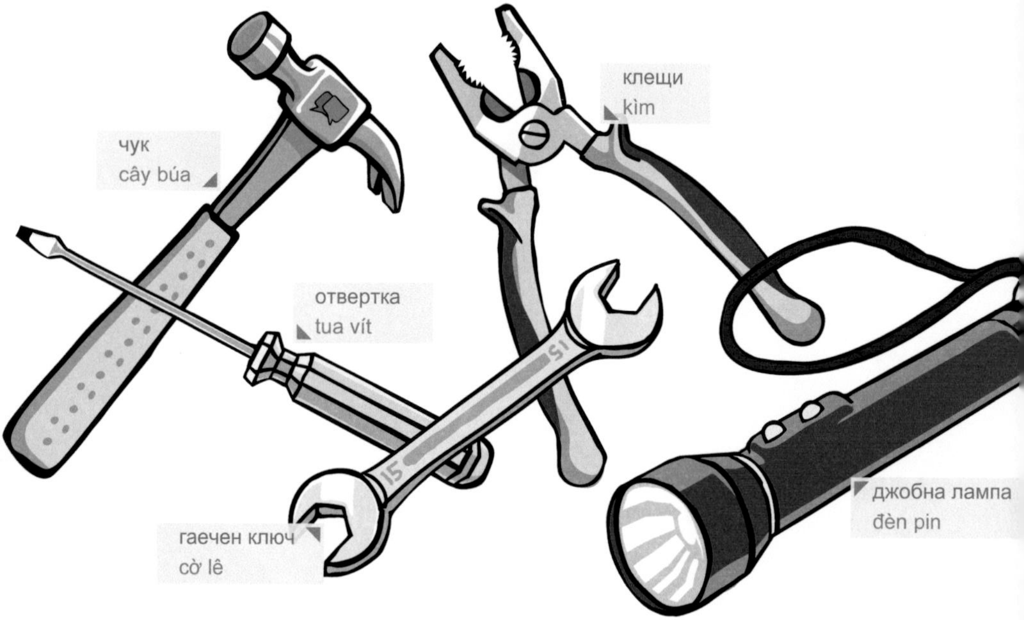
клещи
kìm
чук
cây búa
отвертка
tua vít
джобна лампа
đèn pin
гаечен ключ
cờ lê

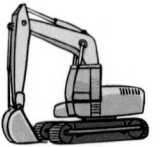

багер

máy xúc đất

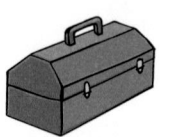

кутия за инструменти

hộp dụng cụ

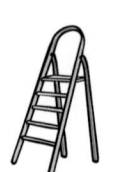

стълба

cái thang

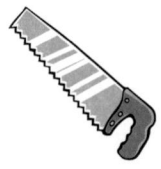

трион

cưa

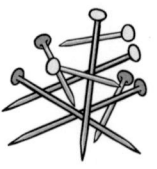

пирони

đinh

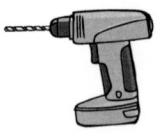

бормашина

máy khoan

ремонтирам

sửa chữa

лопата

cái xẻng

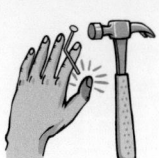

По дяволите!

khốn nạn!

лопатка за смет

cái hót rác

кутия за боя

thùng sơn

болтове

vít

музикални инструменти
nhạc cụ

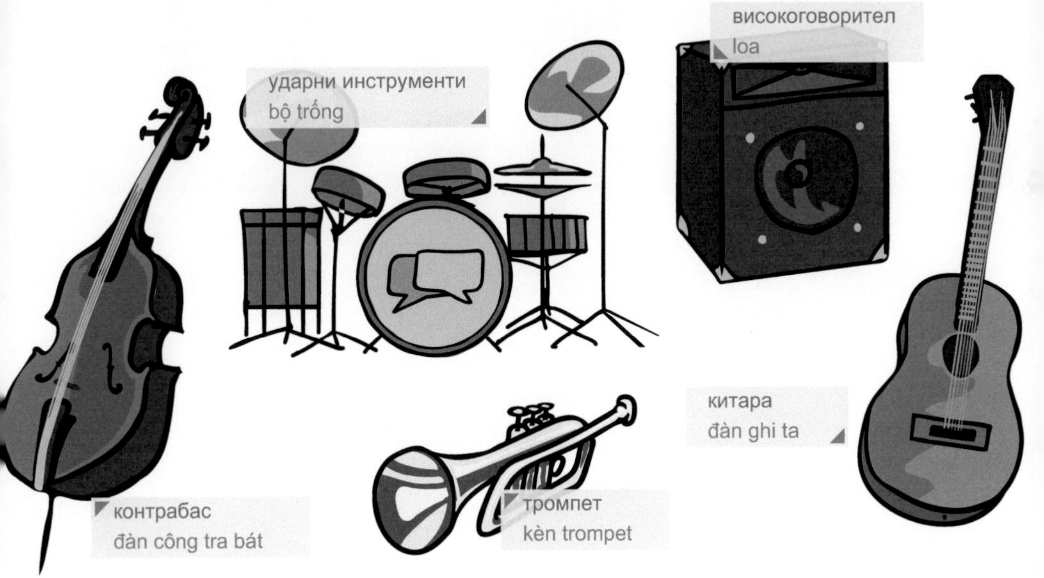

високоговорител
loa

ударни инструменти
bộ trống

контрабас
đàn công tra bát

тромпет
kèn trompet

китара
đàn ghi ta

пиано

đàn piano

виолина

đàn vĩ cầm

контрабас

ghi ta bass

тимпан

trống định âm

барабан

trống

електрическо пиано

đàn organ

саксофон

kèn Saxophone

флейта

sáo

микрофон

micro

зоологическа градина

vườn bách thú

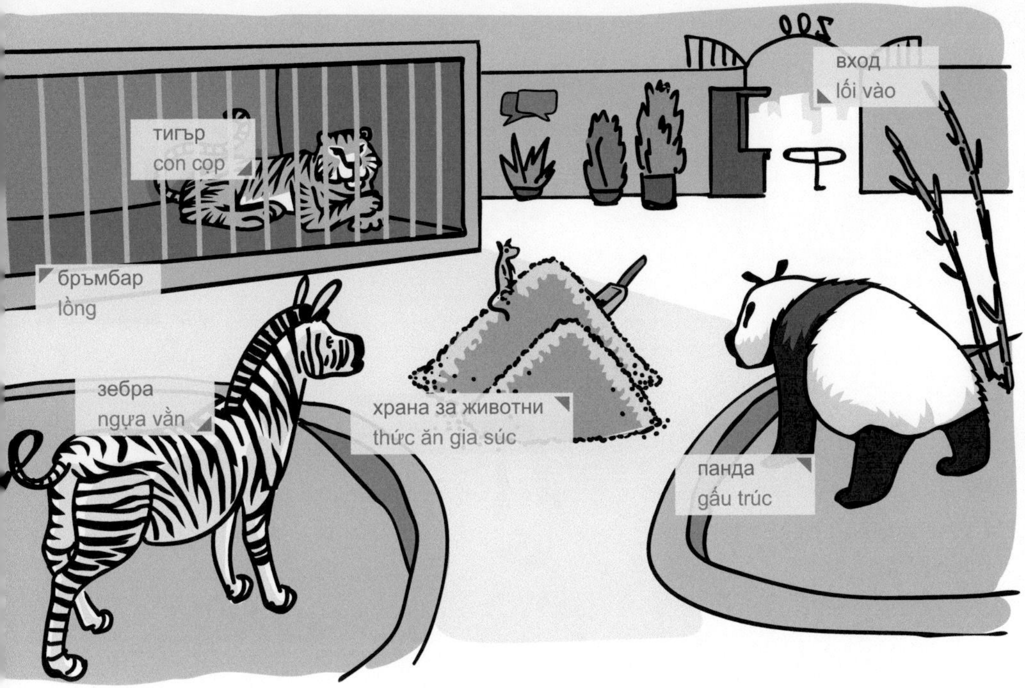

тигър
con cọp
вход
lối vào
бръмбар
lồng
зебра
ngựa vằn
храна за животни
thức ăn gia súc
панда
gấu trúc

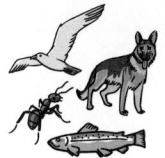

животни

động vật

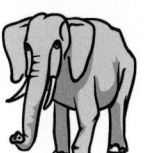

слон

con voi

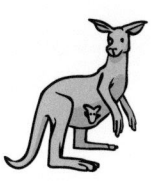

кенгуру

chuột túi

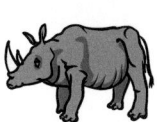

носорог

tê giác

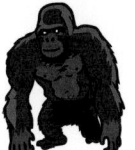

горила

khỉ đột

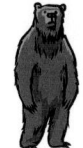

мечка

con gấu

камила

lạc đà

щраус

đà điểu

лъв

sư tử

маймуна

con khỉ

фламинго

hồng hạc

папагал

con vẹt

бяла мечка

gấu bắc cực

пингвин

chim cánh cụt

акула

cá mập

паун

con công

змия

con rắn

крокодил

cá sấu

пазач в зоологическа
градина

người trông giữ vườn bách
thú

тюлен

hải cẩu

ягуар

báo đốm

зоологическа градина - vườn bách thú

пони

ngựa lùn

леопард

con báo

хипопотам

hà mã

жираф

hươu cao cổ

орел

đại bàng

диво прасе

heo rừng

риба

cá

костенурка

con rùa

морж

hải mã

лисица

con cáo

газела

linh dương

американски футбол
bóng bầu dục Mỹ

колоездене
đua xe đạp

тенис
quần vợt

баскетбол
bóng rổ

плуване
bơi

бокс
đấm bốc

хокей на лед
khúc côn cầu trên băng

футбол
bóng đá

бадминтон
cầu lông

лека атлетика
điền kinh

хандбал
bóng ném

ски бягане
trượt tuyết

поло
polo

дейности
các hoạt động

смея се
cười
скачам
nhảy
прегръщам
ôm
вървя
đi bộ
пея
ca hát
сънувам
mơ
моля се
cầu nguyện
целувам
hôn

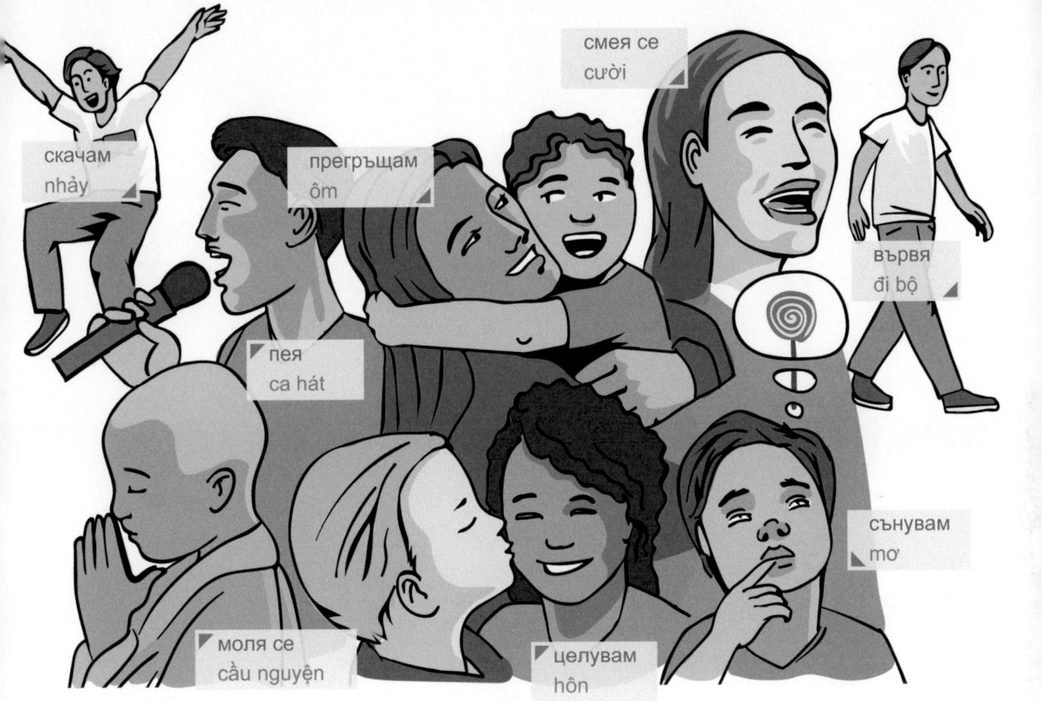

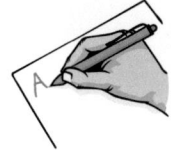

пиша

viết

рисувам

vẽ

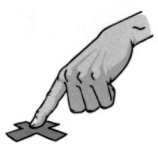

показвам

chỉ trỏ

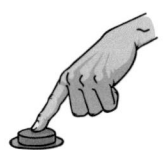

бутам

đẩy

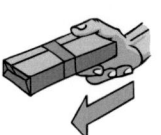

давам

cho

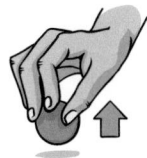

взимам

lấy đi

имам

có

правя

làm

съм

thì / là

стоя

đứng

тичам

chạy

дърпам

kéo

хвърлям

ném

падам

rơi

лежа

nằm

чакам

chờ đợi

нося

mang vác

седя

ngồi

обличам

mặc quần áo

спя

ngủ

събуждам се

thức dậy

разглеждам

xem

плача

khóc

милвам

vuốt ve

реша се

chải

говоря

nói chuyện

разбирам

hiểu

питам

câu hỏi

слушам

nghe

пия

uống

ям

ăn

разтребвам

dọn dẹp

обичам

yêu

готвя

nấu nướng

карам автомобил

lái xe

летя

bay

плавам (с платна)

đi thuyền buồm

смятане

tính toán

чета

đọc

уча

học

работя

làm việc

женя се

cưới

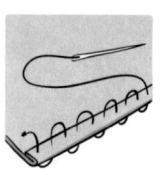

шия

khâu vá

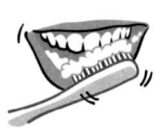

измивам си зъбите

đánh răng

убивам

giết

пуша

hút thuốc

изпращам

gửi đi

семейство
gia đình

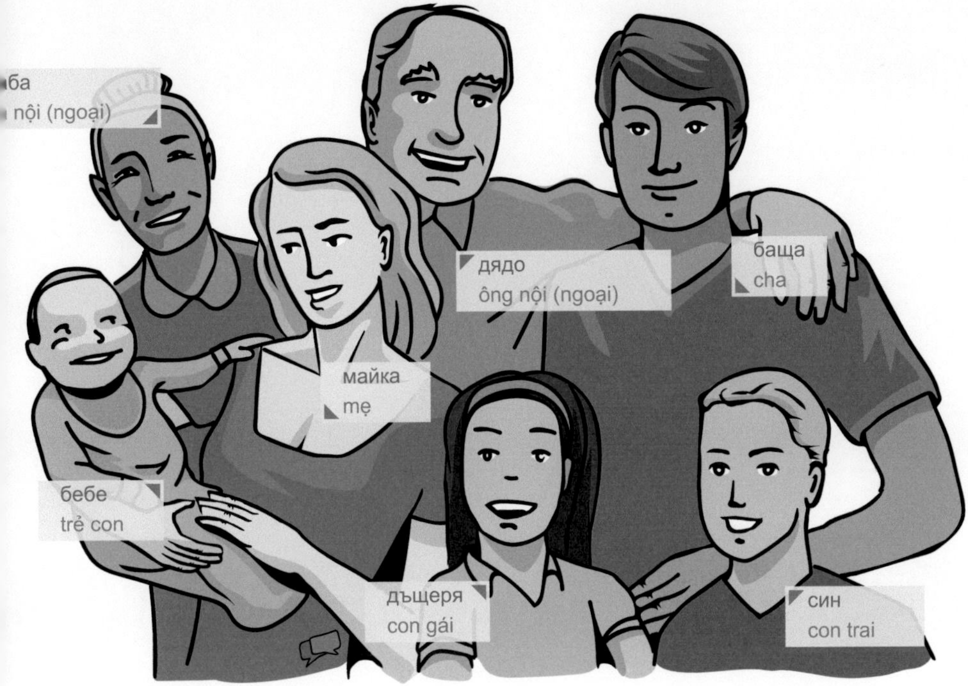
ба
nội (ngoại)
дядо
ông nội (ngoại)
баща
cha
майка
mẹ
бебе
trẻ con
дъщеря
con gái
син
con trai

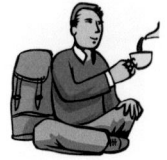

посетител

khách

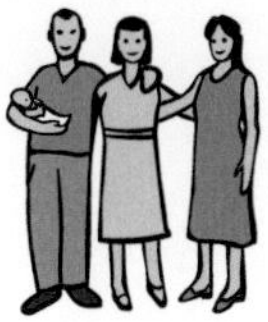

леля

cô (dì)

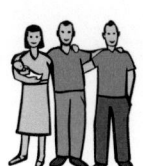

чичо

chú, bác (cậu)

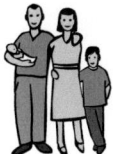

брат

anh (em) trai

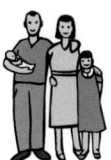

сестра

chị (em) gái

тяло

cơ thể

чело
trán
око
mắt
рамо
vai
пръст
ngón tay
лице
mặt
брадичка
cằm
ръка
bàn tay
крак
chân
гърди
ngực
ръка
cánh tay

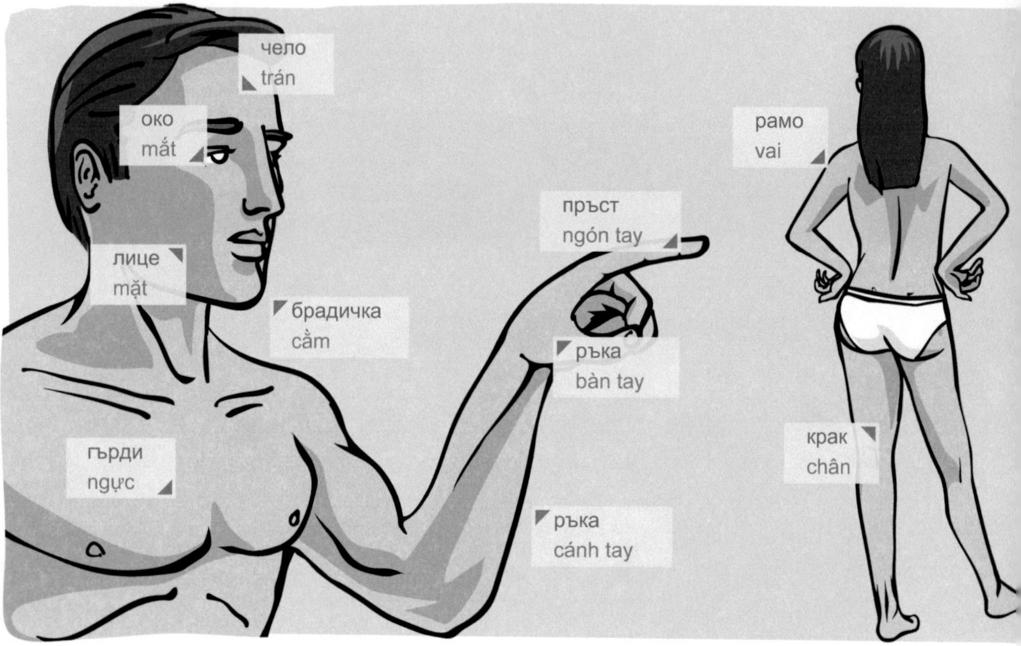

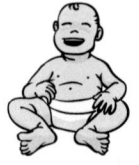

бебе

trẻ con

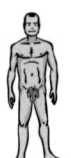

мъж

đàn ông

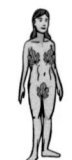

жена

phụ nữ

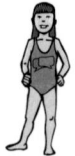

момиче

bé gái

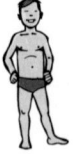

момче

bé trai

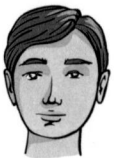

глава

đầu

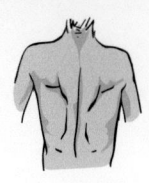

гръб

lưng

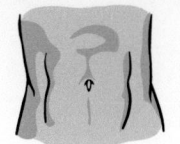

корем

bụng

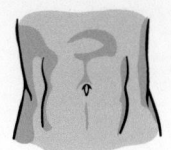

пъп

rốn

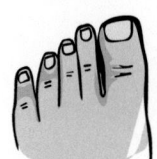

пръст на крака

ngón chân

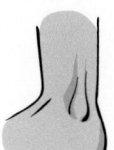

пета

gót chân

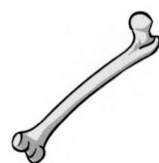

кост

xương

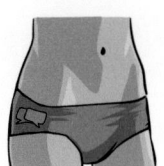

хълбок

hông

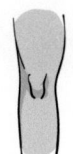

коляно

đầu gối

лакът

khuỷu tay

нос

mũi

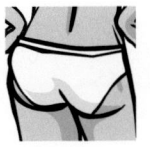

седалище

mông

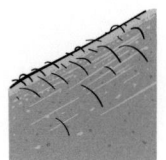

кожа

da

буза

má

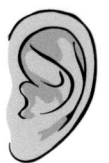

ухо

tai

устна

môi

уста

миệng

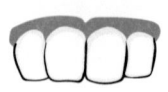

зъб

răng

език

lưỡi

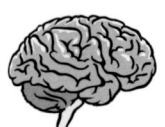

мозък

não

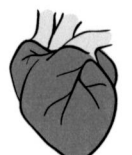

сърце

tim

мускул

cơ bắp

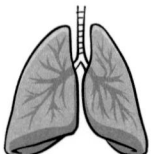

бял дроб

phổi

черен дроб

gan

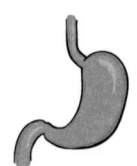

стомах

dạ dày

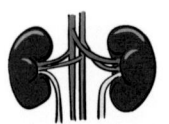

бъбреци

thận

полово сношение

giao hợp

кондом

bao cao su

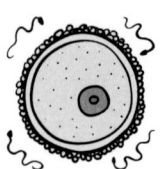

яйцеклетка

noãn

сперма

tinh dịch

бременност

mang thai

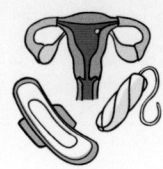

менструация

kinh nguyệt

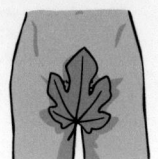

вагина

âm vật

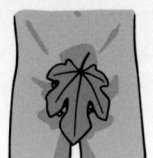

пенис

dương vật

вежда

lông mày

коса

tóc

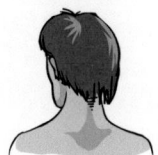

шия

cổ

болница
bệnh viện

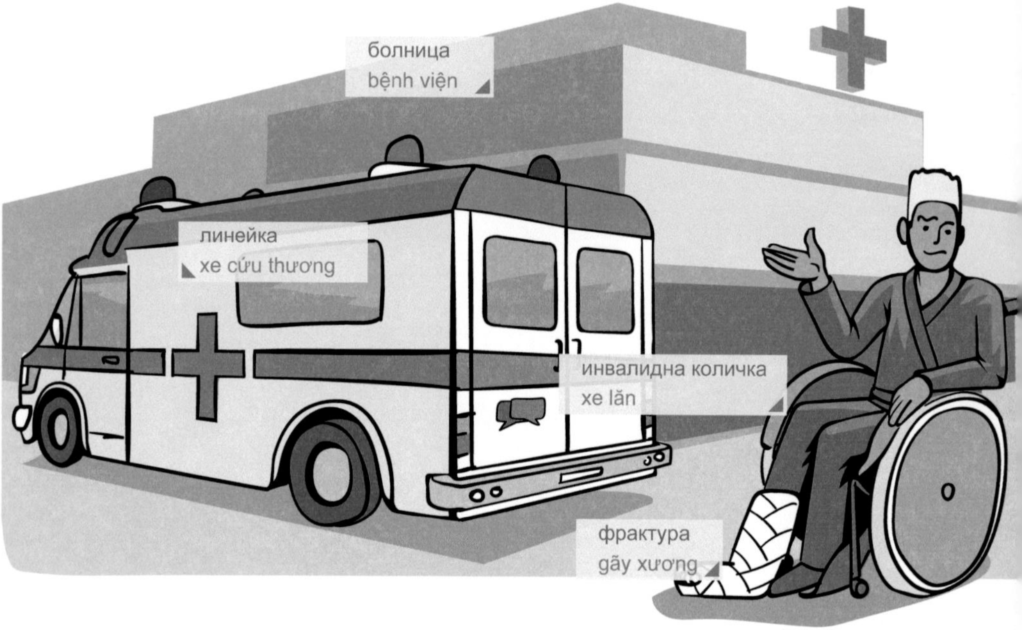

болница
bệnh viện

линейка
xe cứu thương

инвалидна количка
xe lăn

фрактура
gãy xương

лекар

bác sĩ

спешна хоспитализация

phòng cấp cứu

медицинска сестра

y tá

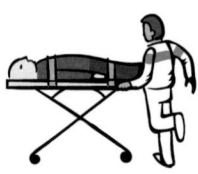

спешен случай

cấp cứu

в безсъзнание

bất tỉnh

болка

cơn đau

нараняване

bị thương

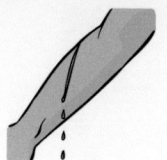

кървене

chảy máu

инфаркт

nhồi máu cơ tim

инсулт

đột quỵ

алергия

dị ứng

кашлица

ho

температура

sốt

грип

cúm

диария

tiêu chảy

главоболие

đau đầu

рак

ung thư

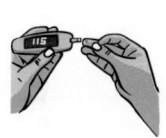

диабет

bệnh tiểu đường

хирург

bác sĩ phẫu thuật

скалпел

dao mổ

операция

giải phẫu

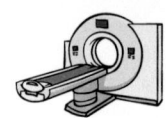

компютърна томография

chụp cắt lớp

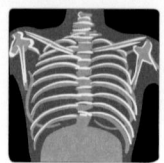

рентген

chụp x-quang

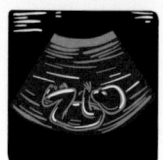

ултразвук

siêu âm

маска

mặt nạ

болест

bệnh

чакалня

phòng đợi

патерица

cái nạng

пластир

băng dán vết thương

превръзка

băng bó

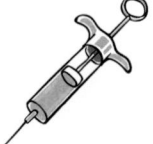

инжекция

tiêm thuốc

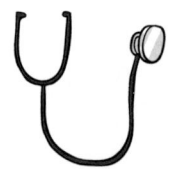

стетоскоп

ống nghe khám bệnh

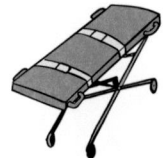

носилка

băng ca

термометър

nhiệt kế

раждане

sinh đẻ

наднормено тегло

thừa cân

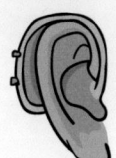

слухов апарат

máy trợ thính

дезинфекционно средство

chất khử trùng

инфекция

nhiễm trùng

вирус

vi rút

HIV / AIDS

HIV / AIDS

медицина

thuốc

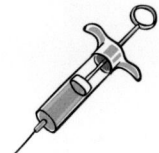

ваксинация

tiêm chủng

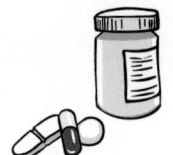

таблети

thuốc viên

противозачатъчна
таблетка
viên thuốc

спешно телефонно
обаждане
gọi cấp cứu

апарат за измерване на
кръвното налягане

máy đo huyết áp

болен / здрав

bệnh / khỏe mạnh

Помощ!

cứu!

сигнал за тревога

báo động

нападение

cuộc đột kích

атака

sự tấn công

опасност

mối nguy hiểm

авариен изход

lối thoát hiểm

Пожар!

cháy!

пожарогасител

bình chữa cháy

злополука

tai nạn

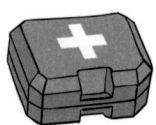

комплект за оказване на първа помощ

bộ dụng cụ sơ cứu

SOS

SOS

полиция

cảnh sát

Европа

châu Âu

Северна Америка

Bắc Mỹ

Южна Америка

Nam Mỹ

Африка

châu Phi

Азия

châu Á

Австралия

châu Úc

Атлантически океан

Đại Tây Dương

Тихи океан

Thái Bình Dương

Индийски океан

Ấn Độ Dương

Южен ледовит океан

Nam Cực Dương

Северен ледовит океан

Bắc Băng Dương

Северен полюс

bắc cực

Южен полюс

nam cực

Антарктида

nam cực

Земя

trái đất

суша

đất liền

море

biển

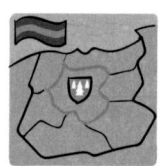

остров

đảo

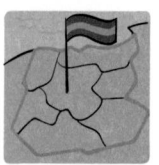

нация

quốc gia

държава

nhà nước

циферблат

mặt đồng hồ

стрелка на часовете

kim chỉ giờ

стрелка на минутите

kim chỉ phút

стрелка на секундите

kim chỉ giây

Колко е часът?

Bây giờ là mấy giờ?

ден

ngày

време

thời gian

сега

bây giờ

дигитален часовник

đồng hồ điện tử

минута

phút

час

giờ

седмица
tuần lễ

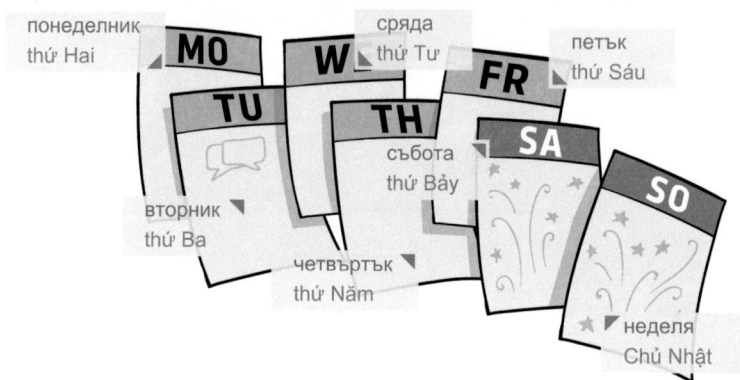

понеделник
thứ Hai

MO

W
сряда
thứ Tư

FR
петък
thứ Sáu

TU

TH
събота
thứ Bảy

SA

SO

вторник
thứ Ba

четвъртък
thứ Năm

неделя
Chủ Nhật

вчера

hôm qua

днес

hôm nay

утре

ngày mai

сутрин

buổi sáng

обед

buổi trưa

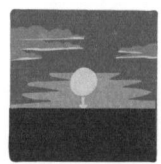

вечер

buổi tối

работни дни

ngày làm việc

уикенд

cuối tuần

година

năm

дъжд
mưa
дъга
cầu vồng
вятър
gió
сняг
tuyết
пролет
mùa xuân
лято
mùa hè
есен
mùa thu
зима
mùa đông

4.APRIL 11°
5.APRIL 4°
6.APRIL 13°
7.APRIL 8°
8.APRIL 10°

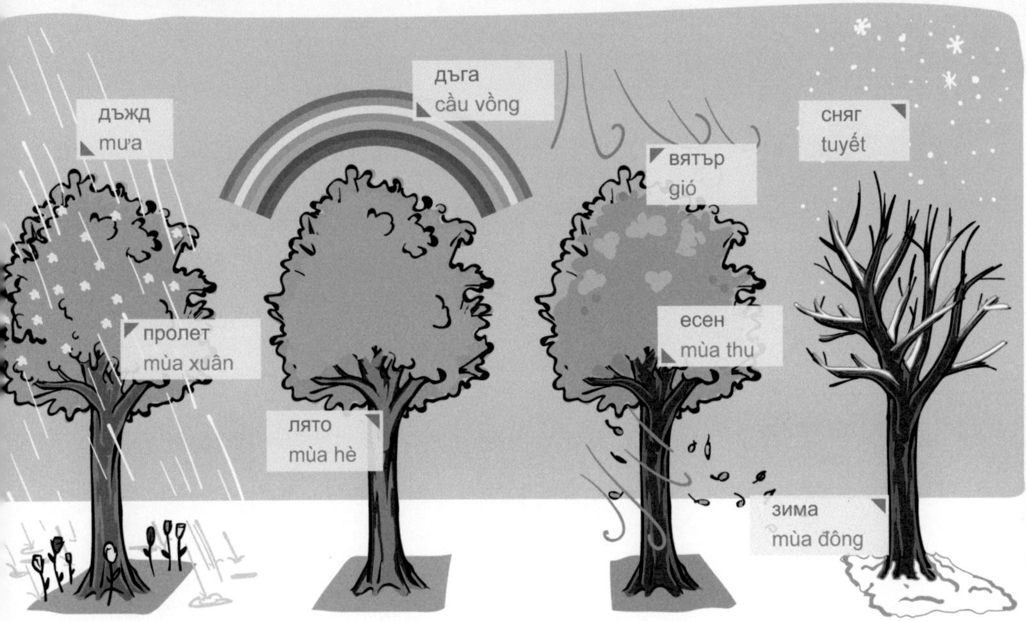

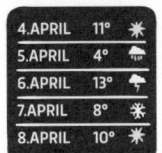

прогноза за времето

dự báo thời tiết

F C
120 90 60 30 0 -30
40 30 20 10 0 -10 -20

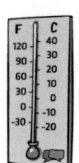

термометър

nhiệt kế

слънчева светлина

ánh nắng

облак

mây

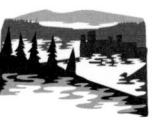

мъгла

sương mù

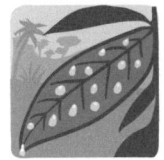

влажност на въздуха

độ ẩm không khí

светкавица

tia chớp

гръмотевица

sấm sét

буря

cơn bão

градушка

mưa đá

мусон

gió mùa

наводнение

lũ lụt

лед

nước đá

януари

tháng Một

февруари

tháng Hai

март

tháng Ba

април

tháng Tư

май

tháng Năm

юни

tháng Sáu

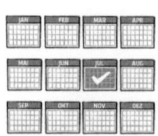

юли

tháng Bảy

август

tháng Tám

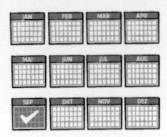

септември

tháng Chín

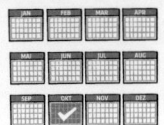

октомври

tháng Mười

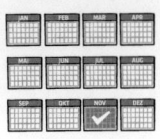

ноември

tháng Mười Một

декември

tháng Mười Hai

форми
hình dạng

кръг

hình tròn

квадрат

hình vuông

четириъгълник

hình chữ nhật

триъгълник

hình tam giác

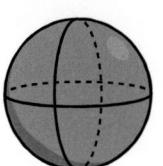

сфера

hình cầu

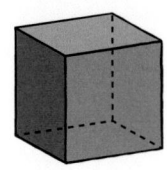

куб

khối vuông

бял

màu trắng

жълт

màu vàng

оранжев

màu cam

розов

màu hồng

червен

màu đỏ

лилав

màu tím

син

màu xanh dương

зелен

màu xanh lá cây

кафяв

màu nâu

сив

màu xám

черен

màu đen

много / малко

nhiều / ít

ядосан / спокоен

tức tối / điềm tĩnh

красив / грозен

xinh đẹp / xấu xí

начало / край

bắt đầu / kết thúc

голям / малък

to / nhỏ

светъл / тъмен

sáng / tối

брат / сестра

anh (em) trai / chị (em) gái

чист / мръсен

sạch / bẩn

пълен / непълен

đủ / thiếu

ден / нощ

ngày / đêm

мъртъв / жив

chết / sống

широк / тесен

rộng / chật hẹp

ядлив / неядлив

ăn được / không ăn được

сърдит / любезен

ác / tử tế

развълнуван / скучаещ

hào hứng / chán nản

дебел / тънък

béo / gầy

най-напред / най-накрая

đầu tiên / cuối cùng

приятел / враг

bạn / thù

пълен / празен

đầy / rỗng

твърд / мек

cứng / mềm

тежък / лек

nặng / nhẹ

глад / жажда

đói / khát

болен / здрав

bệnh / khỏe mạnh

нелегален / легален

bất hợp pháp / hợp pháp

интелигентен / глупав

thông minh / ngu

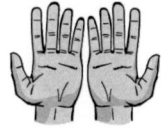

ляво / дясно

trái / phải

близо / далече

gần / xa

нов / употребяван

мới / cũ

нищо / нещо

không có gì cả / có cái gì đó

стар / млад

già / trẻ

вкл. / изкл.

bật / tắc

отворен / затворен

mở / đóng

тих / силен (звук)

im lặng / ồn ào

богат / беден

giàu / nghèo

правилен / погрешен

đúng / sai

грапав / гладък

sần sùi / mịn màng

тъжен / щастлив

buồn / vui

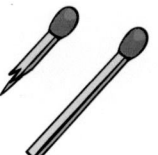

дълъг / къс

ngắn / dài

бавен / бърз

chậm / nhanh

мокър / сух

ẩm ướt / khô ráo

топъл / студен

ấm áp / mát mẻ

война / мир

chiến tranh / hòa bình

0

нула

số không

1

едно

một

2

две

hai

3

три

ba

4

четири

bốn

5

пет

năm

6

шест

sáu

7

седем

bày

8

осем

tám

9

девет

chín

10

десет

mười

11

единадесет

mười một

12

дванадесет

mười hai

13

тринадесет

mười ba

14

четиринадесет

mười bốn

15

петнадесет

mười lăm

16

шестнадесет

mười sáu

17

седемнадесет

mười bảy

18

осемнадесет

mười tám

19

деветнадесет

mười chín

20

двадесет

hai mươi

100

сто

một trăm

1.000

хиляда

một ngàn

1.000.000

милион

một triệu

англйски

tiếng Anh

американски английски

tiếng Anh Mỹ

китайски мандарин

tiếng Quan Thoại

хинди

tiếng Hin-di

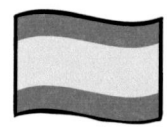

испански

tiếng Tây Ban Nha

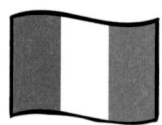

френски

tiếng Pháp

арабски

tiếng Ả-rập

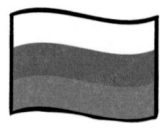

руски

tiếng Nga

португалски

tiếng Bồ Đào Nha

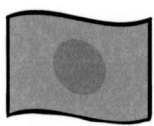

бенгалски

tiếng Bengal

немски

tiếng Đức

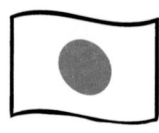

японски

tiếng Nhật

аз
:::::::::::::::
tôi

ти
:::::::::::::::
bạn

той / тя / то
:::::::::::::::
anh ta / cô ta / nó

ние
:::::::::::::::
chúng tôi

вие
:::::::::::::::
các bạn

те
:::::::::::::::
họ

кой?
:::::::::::::::
ai?

какво?
:::::::::::::::
cái gì?

как?
:::::::::::::::
như thế nào?

къде?
:::::::::::::::
ở đâu?

кога?
:::::::::::::::
lúc nào?

HELLO, I AM

име
:::::::::::::::
tên

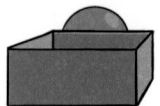

зад

phía sau

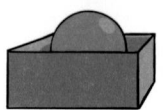

в

ở trong

пред

phía trước

над

phía trên

върху

ở trên

под

ở dưới

до

bên cạnh

между

ở giữa

място

chỗ